THƠ HAI CÂU

THƠ HAI CÂU
- HUỆ THU -

Phụ bản: Họa sĩ Đỗ Duy Tuấn
Bìa: Uyên Nguyên Trần Triết
Dàn trang: Công Nguyễn

NHÂN ẢNH xuất bản **2023**
ISBN: 978-1-0881-4967-6

Copyright@HueThu

HUỆ THU

THƠ HAI CÂU

NHÂN ẢNH 2023

LỜI GIỚI THIỆU

THƠ HAI CÂU... là Thơ chỉ có hai câu. Thế mà làm được hai câu không phải là chuyện dễ. Xưa bên Tàu có Giả Đảo cũng để ba năm mới làm được bài Nhị Cú:

Nhị cú tam niên đắc.
Nhất ngâm song lệ lưu...

Vừa rồi Lê Đạt ở Việt Nam, qua Pháp công tác, có làm tập thơ, mỗi bài chỉ có hai câu, đó là tập:

Từ Tình Epphen - Tạp chí Thơ đã ấn hành tại Mỹ.

Thơ hai câu ít có ai làm.

Với hai người nói trên, là ít.

Tôi tự hỏi: sao mình không gom lại những bài thơ mình làm bất chợt đâu đó, hồi đó, bao giờ, bây giờ, ở đây, ở kia, khi buồn, khi giận, khi yêu... đóng thành tập chơi?

Trước, có cái gì nhìn để quên đời tục lụy. Sau, để có ai nằm trong thơ thì nghe thơ mà trăn trở ngậm ngùi...

Thơ hai câu là thơ thế đó.

Huệ Thu
San Jose, Hạ 1998

QUÊ HƯƠNG ĐÃ MẤT

Cọng nhau, cuống rốn, chôn Đà Lạt
Hai chữ Quê Hương viết xứ người!

NHỊ CÚ TAM NIÊN DỰNG

Hai câu để mất ba năm dựng
Đọc lại, chưa suông, bởi nghẹn ngào!

Xuân Muộn

Phấn, son mua để đầy trên kệ
Ý lược, lòng gương nở đóa hoa!

Bùi Giáng

Khi không bỏ chức, từ quan
Nhớ bầy dê, kiếm, gặp nàng Mọi con

BÀNG HOẠCH

Không duyên mà kết nên chồng vợ
Bởi có tình yêu... hóa bạn đời.

LAN HINH

Vung tay vẩy mực đầy lên sách
Là thấy trăng sao hiện giữa lòng.

T V L

Người dắt chó đi, về, đúng chỗ
Thì ra chó đã dắt người đi!

NHẤT PHIẾN BĂNG TÂM

Lòng thơm như thể câu thơ cổ
Tóc bạc đành thôi... cuộc biển dâu!

Thanh Hiên HTN *

Tên người ta đặt: Thanh Hiên
Mái tranh, vách cỏ, nối liền câu thơ...

* Ô. HTN còn có bút hiệu Thanh Hiên

XA

Người đi một bước trăm ngày nhớ
Thêm một ngày xa, nhớ mấy năm?

TRÚC HÀ

Trúc người ta mọc trên rừng
Trúc tôi thì mọc theo dòng nước trôi.

MỘT TẬP THƠ

Đầu Non Mây Trắng còn mây trắng
Chải tóc, êm xuôi nước một dòng...

Chân Dung

Mười ngón tay ngà không giữ gió
Thì đem nắng ủ gót chân son!

Ca Dao

Gạch Bát Tràng xây hồ Bán Nguyệt
Chân mày hồ dễ nối chân mây?

La Jacaranda

Tìm đất trời đây mùa Phượng Tím
Tìm lòng mà thấy chẳng xa nhau !

Gương Lồng Bóng Ngựa

Nhớ, nếu mà quên, thì chẳng nhớ
Bóng hoa. Bóng ngựa. Bóng thời gian !

Nhớ Sân Trường - Tranh Đỗ Duy Tuấn

BẠN CŨ SÀI GÒN

Rượu vơi, thơ cạn đáy bầu
Người dưng vuốt mặt quên câu nghĩa tình!

VẼ MÂY

Vẽ mây để thấy hình vân cẩu
Rồi nghĩ chuyện đời như chó mây!

TÀN CANH

Chao ôi chén rượu, cuộc cờ
Tàn canh, còn lại: câu thơ ngậm ngùi.

TRĂM NĂM CÔ ĐƠN

Thương ai ngậm ngải tìm trầm
Thương ta – một bóng, trăm năm, chợt buồn!

NGŨ TUYỆT

Nghe chó sủa vu vơ
Nửa đêm trăng mờ, tỏ...

TƯỢNG NỮ THẦN TỰ DO

Người đàn bà đứng nhìn ra biển
Gió thổi bừng lên đuốc Tự Do!

NGỤC CÔN SƠN THỜI VƯỢT BIỂN

Đi kiếm Tự Do rồi lỡ bước
Không làm cách mạng cũng vào đây!

HỒI HƯƠNG

Khi đi gạt lệ, không ai thấy
Về, gặp người thân, mắt chửa khô!

SỰ SỐNG CÒN

Người nắm tay người, hôn mái tóc
Trời ơi gió biển mặn còn đây!

BẢN ÁN VƯỢT BIÊN

Làm dân, thích nhỉ – như làm giặc!
Tay trụi, chân trần, cướp nước ư?

MỘT CÂU NÓI THÀNH CÂU THƠ

Tôi về đứng tựa cầu Thê Húc
"Hà Nội Ba Mươi Sáu Phố Phường?"

MƯỜI LĂM NĂM ẤY

Lòng ngẩn ngơ buồn ngẩn ngơ nhớ
Quê Hương ngờ ngợ cài gì tan...

CHIỀU

Ôi, chẳng lẽ chiều như thế nhỉ
Mây vương đầu ngõ, nắng bên hiên!

ĐÊM

Tiếng dế than dài. Đêm bất tận
Nhang tàn. Bấc lụn. Nỗi sầu riêng...

TRƯA CHIA TAY

Mây chia vệt nắng trên trời
Trong ta còn nửa nụ cười, chia ai?

TÌM ĐÂU HƠI ẤM

Tay cầm tay lạnh ôi chao
Con sông trước mặt nỡ nào cũng xa!

NẮNG HỒNG - TRANH ĐỖ DUY TUẤN

TÌNH XA MỘT LẦN

Người dưng ơi hỡi người dưng
Cầm như con sáo qua sông chẳng về...

MÙA THU

Tôi thả hồn thơ bay lãng đãng
Mùa Thu lạ nhỉ, lá sao vàng?

THỜI GIAN

Còn chút tuổi trời, tôi níu giữ
Cành Thu tay chạm, lá Thu bay!

UỐNG RƯỢU LÀM THƠ

Một chung rượu xẻ làm hai nửa
Tình ấm không ngờ năm ngón tay!

TRĂM NĂM CÔ ĐƠN

Thương ai ngậm ngãi tìm trầm
Thương ta – một bóng, trăm năm, chợt buồn

NGƯỜI ĐẸP KHÔNG CÓ TUỔI

Ừ nhỉ ngàn năm quên tiếng cụ
Hèn chi còn mãi một Tây Thi!

BÍCH HOÀNG *

*Người trăm năm cũ, xa, không hẹn
Nhớ Cố Đô, thì cũng nhớ ai!*

* BH bạn thời trẻ của nhà thơ HTN mà tôi đã gặp ở Cố Đô, trong một lần về thăm HN

BÍCH THU

*Nhánh cây hàng xóm vừa bay hết
Chiếc lá mùa Thu – lá cuối cùng!*

BÍCH TIÊN *

Quê Hương yêu quý, tôi từ tạ
Trường Nữ xưa còn. Không áo xanh.

Trần Bích Tiên một bút hiệu của HT thời làm bích báo trường Nữ Bùi Thị Xuân Đalat

NƯỚC CHẢY LÁ MÔN

Ngô Đình Diệm chết, hay chưa chết?
Sự trả thù hay miếng đỉnh chung?

Thèm Tiếng Gà Trưa

Ở đây nghe được gà trưa gáy
Tôi chắc yên lòng nhớ Cố Hương!

Chim Sẻ

Con chim se sẻ như tôi nghĩ
Cánh nhỏ mà qua được Đại Dương!

Mây Thu

Ôi núi sông kia liền lại một
Đời đâu buồn mãi áng Thu Vân!

Phụ Người

Nước lã, người xưa nâng thế rượu
Người sau, ăn cháo nỡ quên nhau!

ĐÀ LẠT ƠI

Ai về Đà Lạt không ai ?
Ngắm giùm tôi với làn mây núi Bà!

ĐÀ LẠT TRÊN MÔI

Cắn hoài không nát nụ hoa
Thương sao một cõi, là Đà Lạt xưa!

Khăn Quàng Đỏ - Tranh Đỗ Duy Tuấn

MỘT ĐIỀU ƯỚC

Ước gì mình hóa ra dưa
Để ai đó khát lòng trưa đỡ thèm!

MỘT ĐIỀU ƯỚC (2)

Ước gì mình hóa ra chim én
Dang cánh mùa Xuân bay bốn phương...

DẠO NÚI MÙA XUÂN

Mùa Xuân cỏ mọc xanh triền núi
Một đóa hoa vàng. Ôi dễ thương!

NGUYỄN BÁ TRẠC

Nguyễn Bá Trạc vui đời thiện nguyện
Tấm lòng, một bến, đợi thuyền nhân!

THÙY DƯƠNG

Đêm nghe sóng vỗ. Sóng về
Đêm nghe ai lách cỏ lể. Ai Xa?

HỨNG MƯA TRƯA THU

Trưa Thu. Mấy hạt mưa Thu rớt
Lạnh chút thôi mà cũng buốt tim!

CÂU HỎI

Hình như mây khói quan hà nổi
Nên buổi chiều dâng trong mắt tôi?

CHỖ TỪNG ĐỔI ÁO

Qua cầu. Đứng giữa dòng sông
Nước trôi cuốn mặt trời hồng, đi đâu?

CHÚC NGÔN

Tôi không để lại gì đây cả
Vì đất trời kia là của chung!

TỪ TẠ

Bắt tay, cầm được bàn tay mãi
Thì giận ai chi tiếng giã từ!

BƯỚM VÀ NGƯỜI

Kìa, con bướm chẳng vì hoa, đậu
Ta ở hoài sao giữa cõi người?

HÀ NỘI MỚI

Ông Đồ thảo bút câu thơ Tết
Tìm mãi, thấy trời mấy vệt sương…

GIẬN

Giận người chưa mở miệng ra
Nhắm con mắt lại lệ sa bao giờ!

XUÂN

Gót son không có ai cùng ngắm
Tôi bóp bàn chân đau thấu tim!

HẠ

Có lần ai gọi tôi tên Hạ
Áo mắc cành sen, gió rách rồi...

THU

Lá vàng mấy lá. Thu đầy ngõ
Muốn quét. Mà thôi. Sợ hết buồn!

ÁNH TRĂNG HUYỀN ẢO - TRANH ĐỖ DUY TUẤN

ĐÔNG

Một bầy chim lạ từ phương Bắc
Đậu trước nhà, đây, chẳng phải Xuân!

TRƯỚC CỔNG NHÀ

Người đi ngang, gió sao về ngược
Còn chút hương mà tiếng bước xa...

ĐỒNG TỌA

Thích chứ buổi mai ngồi ngắm nắng
Ngắm mình. Thấy bóng. Tưởng ai bên!

NỖI CHỜ DÙ TUYỆT VỌNG

Trăm năm ai lỗi hẹn hò
Cây đa vẫn cũ. Con đò vẫn xưa!

SỰ ĐỘNG TĨNH

Đổi gió, cây thông cũng muốn nằm
Đá thì bất dịch đến muôn năm!

ĐỔI TÊN

Tự Do, không có nên Đồng Khởi
Công Lý, Nam Kỳ Khởi Nghĩa tiêu

Tình Phụ

Bế con về ngoại, con nhìn mẹ,
Gạt lệ cầm như nước ngược dòng.

Thời Gian Lẫn Lộn

Hoa me vàng, ngỡ mùa Thu tới
Hứng, biết mùa Xuân đã héo hon

NGÓNG TỪNG CON NƯỚC

Nghe chim bìm bịp gọi chiều
Thuyền ơi theo nước thủy triều về chưa?

KINH DỊCH

Đói lòng hứng giọt nước mưa
Tự dưng tiếc bát canh thừa bữa vui!

CÂU HỎI

Tại sao Từ Thức bỏ trần
Đến chi Tiên Cảnh quay chân trở về?

MÙA XUÂN XA XĂM

Hỏi thăm chim én câu này:
Vì sao mà chở Xuân bay về ngàn?

HẢO HUYỀN

Ước gì mình hóa ra lan
Hứng sương mà nở cho chàng tương tư!

BẾN PHONG KIỀU

Vầng trăng ai nỡ dìm trong nước
Quạ khóc sương mờ đêm thản nhiên!

Cách Giang Do Xướng

Thèm rượu, mà thôi – không ghé quán!
Nghe làm chi khúc Hậu Đình Hoa?

Châu Hoàn Hợp Phố

Trời Ban Mê Thuột đầy sương
Tối qua phố cũ lạc đường chiêm bao!

MÀU ÁO TÍM - TRANH ĐỖ DUY TUẤN

CHÀO EM NGÀY XƯA

Đà Lạt ồ em cô lớp Sáu
Ngày xưa còn mãi áo xanh bay!

NHÀ THỜ
TRÊN ĐƯỜNG YERSIN ĐÀ LẠT

Con gà trên đỉnh tháp chuông
Nhà Thờ Đà Lạt chiều sương tối trời...

NỮ THẦN TỰ DO

Bà quay lưng lại đời điên đảo
Cuốn Thánh Kinh cầm khéo gió bay!

KHÁNH HÀ

Em in thơ rải cho đời
Thương em! Thơ đó! Đâu người đọc thơ?

NGƯỜI HUẾ

Người ơi! Sao người cứ mô răng rứa
Bên nớ bên tê cách trở hoài!

MỘT ĐIỀU ƯỚC

Ước gì ta hóa cành lan
Nở trong đêm tối rồi tàn trong khuya!

Tiếng Ếch Vườn Thu

Mua hai con ếch thả vườn chơi
Tối tối như nghe chúng gọi trời!

Con Kéc Bay Rồi

Con kéc bay rồi, con kéc bay
Làm sao nó mở xích tung dây?

Con Vịt

Con vịt cô đơn lội xuống hồ
Nước tung lên cánh đẹp làm sao!

Ba Thằng Vũ Ơi

Gọi chàng một tiếng, đêm khuya dội
Âm vọng nghe chừng tiếng súng xưa...

NGÕ TRÚC

Thôi rồi! Ngõ trúc, con diều
Vầng trăng đã lạnh từ chiều tiễn đưa.

VẦNG TRĂNG

Vầng trăng trên mái tóc ai,
Đêm nay ngõ trúc có cài then sương?

TIỄN NGƯỜI

Người đi! Ừ nhỉ người đi,
Hắt ly rượu tiễn nhớ gì nữa đây?

TRANH GIÀNH

Được thua thôi cũng chuyện thừa!
Mộng xưa đã chín hay chưa hỡi người?

ĐẬP GƯƠNG TÌM BÓNG

Đập gương tìm bóng thấy chưa?
Mới hay vua cũng từ xưa đa tình!

TÀN CANH

Chao ôi chén rượu, cuộc cờ
Tàn canh, còn lại: câu thơ ngậm ngùi

TUỔI Ô MAI - TRANH ĐỖ DUY TUẤN

CƯỚP KHI VƯỢT BIÊN VÀ CẢ KHI LÊN BỜ !

Cướp sông cướp biển cướp bờ
Những người bị cướp bây giờ cướp nhau

MỤC LỤC

Lời Giới Thiệu	7
1. Quê Hương Đã Mất	9
2. Nhị Cú Tam Niên Dựng	9
3. Xuân Muộn	10
4. Bùi Giáng	10
5. Bàng Hoạch	11
6. Lan Hinh	11
7. T V L	12
8. Nhất Phiến Băng Tâm	12
9. Thanh Hiên HTN *	13
10. Xa	13
11. Trúc Hà	14
12. Một Tập Thơ	14
13. Chân Dung	15
14. Ca Dao	15
15. La Jacaranda	16
16. Gương Lồng Bóng Ngựa	16
17. Bạn Cũ Sài Gòn	19
18. Vẽ Mây	19
19. Tàn Canh	20
20. Trăm Năm Cô Đơn	20
21. Ngũ Tuyệt	21
22. Tượng Nữ Thần Tự Do	21
23. Ngục Côn Sơn Thời Vượt Biển	22
24. Hồi Hương	22
25. Sự Sống Còn	23
26. Bản Án Vượt Biên	23
27. Một Câu Nói Thành Câu Thơ	24
28. Mười Lăm Năm Ấy	24

29. Chiều	25
30. Đêm	25
31. Trưa Chia Tay	26
32. Tìm Đâu Hơi Ấm	26
33. Tình Xa Một Lần	29
34. Mùa Thu	29
35. Thời Gian	30
36. Uống Rượu Làm Thơ	30
37. Trăm Năm Cô Đơn	31
38. Người Đẹp Không Có Tuổi	31
39. Bích Hoàng *	32
40. Bích Thu	32
41. Bích Tiên *	33
42. Nước Chảy Lá Môn	33
43. Thèm Tiếng Gà Trưa	34
44. Chim Sẻ	34
45. Mây Thu	35
46. Phụ Người	35
47. Đà Lạt Ơi	36
48. Đà Lạt Trên Môi	36
49. Một Điều Ước	39
50. Một Điều Ước (2)	39
51. Dạo Núi Mùa Xuân	40
52. Nguyễn Bá Trạc	40
53. Thùy Dương	41
54. Hứng Mưa Trưa Thu	41
55. Câu Hỏi	42
56. Chỗ Từng Đổi Áo	42
57. Chúc Ngôn	43
58. Từ Tạ	43
59. Bướm Và Người	44
60. Hà Nội Mới	44
61. Giận	45
62. Xuân	45
63. Hạ	46
64. Thu	46

65. Đông	49
66. Trước Cổng Nhà	49
67. Đồng Tọa	50
68. Nỗi Chờ Dù Tuyệt Vọng	50
69. Sự Động Tĩnh	51
70. Đổi Tên	51
71. Tình Phụ	52
72. Thời Gian Lẫn Lộn	52
73. Ngóng Từng Con Nước	53
74. Kinh Dịch	53
75. Câu Hỏi	54
76. Mùa Xuân Xa Xăm	54
77. Hảo Huyền	55
78. Bến Phong Kiều	55
79. Cách Giang Do Xướng	56
80. Châu Hoàn Hợp Phố	56
81. Chào Em Ngày Xưa	59
82. Nhà Thờ	59
Trên Đường Yersin Đà Lạt	59
83. Nữ Thần Tự Do	60
84. Khánh Hà	60
85. Người Huế	61
86. Một Điều Ước	61
87. Tiếng Ếch Vườn Thu	62
88. Con Kéc Bay Rồi	62
89. Con Vịt	63
90. Ba Thằng Vũ Ơi	63
91. Ngõ Trúc	64
92. Vầng Trăng	64
93. Tiễn Người	65
94. Tranh Giành	65
95. Đập Gương Tìm Bóng	66
96. Tàn Canh	66
97. Cướp Khi Vượt Biên	69
Và Cả Khi Lên Bờ !	69

Nhân Ảnh
2023

Liên lạc tác giả:
Email: saimonchunhan@gmail.com

Liên lạc Nhà xuất bản
Nhân Ảnh
E.mail: han.le3359@gmail.com
(408) 722-5626

www.ingramcontent.com/pod-product-compliance
Lightning Source LLC
Chambersburg PA
CBHW020431010526
44118CB00010B/518